AGENDA

2021/2022

Nom

Prénom

Téléphone

Email

Adresse

Si vous trouvez mon agenda, veuillez, s-v-p, me contacter.
Par avance MERCI

Mes 5
Objectifs
Pour 2022

1
2
3
4
5

Espace Notes

2021

Janvier

Lu	Ma	Me	Je	Ve	Sa	Di
				1	2	3
4	5	6	7	8	9	10
11	12	13	14	15	16	17
18	19	20	21	22	23	24
25	26	27	28	29	30	31

Février

Lu	Ma	Me	Je	Ve	Sa	Di
1	2	3	4	5	6	7
8	9	10	11	12	13	14
15	16	17	18	19	20	21
22	23	24	25	26	27	28

Mars

Lu	Ma	Me	Je	Ve	Sa	Di
1	2	3	4	5	6	7
8	9	10	11	12	13	14
15	16	17	18	19	20	21
22	23	24	25	26	27	28
29	30	31				

Avril

Lu	Ma	Me	Je	Ve	Sa	Di
			1	2	3	4
5	6	7	8	9	10	11
12	13	14	15	16	17	18
19	20	21	22	23	24	25
26	27	28	29	30		

Mai

Lu	Ma	Me	Je	Ve	Sa	Di
					1	2
3	4	5	6	7	8	9
10	11	12	13	14	15	16
17	18	19	20	21	22	23
24	25	26	27	28	29	30
31						

Juin

Lu	Ma	Me	Je	Ve	Sa	Di
	1	2	3	4	5	6
7	8	9	10	11	12	13
14	15	16	17	18	19	20
21	22	23	24	25	26	27
28	29	30				

Juillet

Lu	Ma	Me	Je	Ve	Sa	Di
			1	2	3	4
5	6	7	8	9	10	11
12	13	14	15	16	17	18
19	20	21	22	23	24	25
26	27	28	29	30	31	

Août

Lu	Ma	Me	Je	Ve	Sa	Di
						1
2	3	4	5	6	7	8
9	10	11	12	13	14	15
16	17	18	19	20	21	22
23	24	25	26	27	28	29
30	31					

Septembre

Lu	Ma	Me	Je	Ve	Sa	Di
		1	2	3	4	5
6	7	8	9	10	11	12
13	14	15	16	17	18	19
20	21	22	23	24	25	26
27	28	29	30			

Octobre

Lu	Ma	Me	Je	Ve	Sa	Di
				1	2	3
4	5	6	7	8	9	10
11	12	13	14	15	16	17
18	19	20	21	22	23	24
25	26	27	28	29	30	31

Novembre

Lu	Ma	Me	Je	Ve	Sa	Di
1	2	3	4	5	6	7
8	9	10	11	12	13	14
15	16	17	18	19	20	21
22	23	24	25	26	27	28
29	30					

Décembre

Lu	Ma	Me	Je	Ve	Sa	Di
		1	2	3	4	5
6	7	8	9	10	11	12
13	14	15	16	17	18	19
20	21	22	23	24	25	26
27	28	29	30	31		

Août 2021

Lu	Ma	Me	Je	Ve	Sa	Di
						1
2	3	4	5	6	7	8
9	10	11	12	13	14	15
16	17	18	19	20	21	22
23	24	25	26	27	28	29
30	31	Notes :				

Août

Lundi 2	Mardi 3	Mercredi 4	Jeudi 5

2021

Vendredi 6	Samedi 7	Dimanche 8

To-Do-list :

◻ _______________
◻ _______________
◻ _______________
◻ _______________
◻ _______________
◻ _______________
◻ _______________
◻ _______________
◻ _______________
◻ _______________
◻ _______________
◻ _______________

Notes :

____
____
____
____
____
____
____
____

Août

Lu	Ma	Me	Je	Ve	Sa	Di
						1
2	3	4	5	6	7	8
9	10	11	12	13	14	15
16	17	18	19	20	21	22
23	24	25	26	27	28	29
30	31					

Août

Lundi 9	Mardi 10	Mercredi 11	Jeudi 12

2021

Vendredi 13	Samedi 14	Dimanche 15

To-Do-list :

☐ __________________
☐ __________________
☐ __________________
☐ __________________
☐ __________________
☐ __________________
☐ __________________
☐ __________________
☐ __________________
☐ __________________
☐ __________________
☐ __________________

Notes :

____
____
____
____
____
____
____
____

Août

Lu	Ma	Me	Je	Ve	Sa	Di
						1
2	3	4	5	6	7	8
9	10	11	12	13	14	15
16	17	18	19	20	21	22
23	24	25	26	27	28	29
30	31					

Août

Lundi 16	Mardi 17	Mercredi 18	Jeudi 19

2021

Vendredi 20	Samedi 21	Dimanche 22

To-Do-list :

☐ __________________
☐ __________________
☐ __________________
☐ __________________
☐ __________________
☐ __________________
☐ __________________
☐ __________________
☐ __________________
☐ __________________
☐ __________________
☐ __________________

Notes :

____
____
____
____
____
____
____
____

Août

Lu	Ma	Me	Je	Ve	Sa	Di
						1
2	3	4	5	6	7	8
9	10	11	12	13	14	15
16	17	18	19	20	21	22
23	24	25	26	27	28	29
30	31					

Août

Lundi 23	Mardi 24	Mercredi 25	Jeudi 26

2021

Vendredi 27	Samedi 28	Dimanche 29

To-Do-list :

- ☐ _______________
- ☐ _______________
- ☐ _______________
- ☐ _______________
- ☐ _______________
- ☐ _______________
- ☐ _______________
- ☐ _______________
- ☐ _______________
- ☐ _______________
- ☐ _______________
- ☐ _______________

Notes :

____

____

____

____

____

____

____

____

Août

Lu	Ma	Me	Je	Ve	Sa	Di
						1
2	3	4	5	6	7	8
9	10	11	12	13	14	15
16	17	18	19	20	21	22
23	24	25	26	27	28	29
30	31					

Septembre 2021

Lu	Ma	Me	Je	Ve	Sa	Di
		1	2	3	4	5
6	7	8	9	10	11	12
13	14	15	16	17	18	19
20	21	22	23	24	25	26
27	28	29	30			

Notes :

Espace Notes

Septembre

Lundi 30	Mardi 31	Mercredi 1	Jeudi 2

2021

Vendredi 3	Samedi 4	Dimanche 5

To-Do-list :

☐ _______________
☐ _______________
☐ _______________
☐ _______________
☐ _______________
☐ _______________
☐ _______________
☐ _______________
☐ _______________
☐ _______________
☐ _______________
☐ _______________

Notes :

____
____
____
____
____
____
____
____

Septembre

Lu	Ma	Me	Je	Ve	Sa	Di
		1	2	3	4	5
6	7	8	9	10	11	12
13	14	15	16	17	18	19
20	21	22	23	24	25	26
27	28	29	30			

Septembre

Lundi 6	Mardi 7	Mercredi 8	Jeudi 9

2021

Vendredi 10	Samedi 11	Dimanche 12

To-Do-list :

- ☐ _______________
- ☐ _______________
- ☐ _______________
- ☐ _______________
- ☐ _______________
- ☐ _______________
- ☐ _______________
- ☐ _______________
- ☐ _______________
- ☐ _______________
- ☐ _______________
- ☐ _______________

Notes :

____

____

____

____

____

____

____

____

Septembre

Lu	Ma	Me	Je	Ve	Sa	Di
		1	2	3	4	5
6	7	8	9	10	11	12
13	14	15	16	17	18	19
20	21	22	23	24	25	26
27	28	29	30			

Septembre

Lundi 13	Mardi 14	Mercredi 15	Jeudi 16

2021

Vendredi 17	Samedi 18	Dimanche 19

To-Do-list :

- ☐ _______________
- ☐ _______________
- ☐ _______________
- ☐ _______________
- ☐ _______________
- ☐ _______________
- ☐ _______________
- ☐ _______________
- ☐ _______________
- ☐ _______________
- ☐ _______________
- ☐ _______________

Notes :

____

____

____

____

____

____

____

____

Septembre

Lu	Ma	Me	Je	Ve	Sa	Di
		1	2	3	4	5
6	7	8	9	10	11	12
13	14	15	16	17	18	19
20	21	22	23	24	25	26
27	28	29	30			

Septembre

Lundi 20	Mardi 21	Mercredi 22	Jeudi 23

2021

Vendredi 24	Samedi 25	Dimanche 26

To-Do-list :

- ☐ _______________
- ☐ _______________
- ☐ _______________
- ☐ _______________
- ☐ _______________
- ☐ _______________
- ☐ _______________
- ☐ _______________
- ☐ _______________
- ☐ _______________
- ☐ _______________
- ☐ _______________

Notes :

____
____
____
____
____
____
____
____

Septembre

Lu	Ma	Me	Je	Ve	Sa	Di
		1	2	3	4	5
6	7	8	9	10	11	12
13	14	15	16	17	18	19
20	21	22	23	24	25	26
27	28	29	30			

Octobre 2021

Lu	Ma	Me	Je	Ve	Sa	Di
				1	2	3
4	5	6	7	8	9	10
11	12	13	14	15	16	17
18	19	20	21	22	23	24
25	26	27	28	29	30	31

Notes :

Espace Notes

Octobre

Lundi 27	Mardi 28	Mercredi 29	Jeudi 30

2021

Vendredi 1	Samedi 2	Dimanche 3

To-Do-list :

☐ _______________
☐ _______________
☐ _______________
☐ _______________
☐ _______________
☐ _______________
☐ _______________
☐ _______________
☐ _______________
☐ _______________
☐ _______________
☐ _______________

Notes :

____
____
____
____
____
____
____
____

Septembre

Lu	Ma	Me	Je	Ve	Sa	Di
		1	2	3	4	5
6	7	8	9	10	11	12
13	14	15	16	17	18	19
20	21	22	23	24	25	26
27	28	29	30			

Octobre

Lundi 4	Mardi 5	Mercredi 6	Jeudi 7

2021

Vendredi 8	Samedi 9	Dimanche 10

To-Do-list :

- ☐ _______________
- ☐ _______________
- ☐ _______________
- ☐ _______________
- ☐ _______________
- ☐ _______________
- ☐ _______________
- ☐ _______________
- ☐ _______________
- ☐ _______________
- ☐ _______________

Notes :

____
____
____
____
____
____
____
____

Octobre

Lu	Ma	Me	Je	Ve	Sa	Di
				1	2	3
4	5	6	7	8	9	10
11	12	13	14	15	16	17
18	19	20	21	22	23	24
25	26	27	28	29	30	31

Octobre

Lundi 11	Mardi 12	Mercredi 13	Jeudi 14

2021

Vendredi 15	Samedi 16	Dimanche 17

To-Do-list :

- ☐ _______________
- ☐ _______________
- ☐ _______________
- ☐ _______________
- ☐ _______________
- ☐ _______________
- ☐ _______________
- ☐ _______________
- ☐ _______________
- ☐ _______________
- ☐ _______________

Notes :

____

____

____

____

____

____

____

Octobre

Lu	Ma	Me	Je	Ve	Sa	Di
				1	2	3
4	5	6	7	8	9	10
11	12	13	14	15	16	17
18	19	20	21	22	23	24
25	26	27	28	29	30	31

Octobre

Lundi 18	Mardi 19	Mercredi 20	Jeudi 21

2021

Vendredi 22	Samedi 23	Dimanche 24

To-Do-list :

◯ _______________
◯ _______________
◯ _______________
◯ _______________
◯ _______________
◯ _______________
◯ _______________
◯ _______________
◯ _______________
◯ _______________
◯ _______________

Notes :

____
____
____
____
____
____
____
____

Octobre

Lu	Ma	Me	Je	Ve	Sa	Di
				1	2	3
4	5	6	7	8	9	10
11	12	13	14	15	16	17
18	19	20	21	22	23	24
25	26	27	28	29	30	31

Octobre

Lundi 25	Mardi 26	Mercredi 27	Jeudi 28

2021

Vendredi 29	Samedi 30	Dimanche 31

To-Do-list :

☐ _______________
☐ _______________
☐ _______________
☐ _______________
☐ _______________
☐ _______________
☐ _______________
☐ _______________
☐ _______________
☐ _______________
☐ _______________

Notes :

____
____
____
____
____
____
____

Octobre

Lu	Ma	Me	Je	Ve	Sa	Di
				1	2	3
4	5	6	7	8	9	10
11	12	13	14	15	16	17
18	19	20	21	22	23	24
25	26	27	28	29	30	31

Novembre 2021

Lu	Ma	Me	Je	Ve	Sa	Di
1	2	3	4	5	6	7
8	9	10	11	12	13	14
15	16	17	18	19	20	21
22	23	24	25	26	27	28
29	30					

Notes :

Espace Notes

Novembre

Lundi 1	Mardi 2	Mercredi 3	Jeudi 4

2021

Vendredi 5	Samedi 6	Dimanche 7

To-Do-list :

- ☐ _______________
- ☐ _______________
- ☐ _______________
- ☐ _______________
- ☐ _______________
- ☐ _______________
- ☐ _______________
- ☐ _______________
- ☐ _______________
- ☐ _______________
- ☐ _______________
- ☐ _______________

Notes :

____
____
____
____
____
____
____
____

Novembre

Lu	Ma	Me	Je	Ve	Sa	Di
1	2	3	4	5	6	7
8	9	10	11	12	13	14
15	16	17	18	19	20	21
22	23	24	25	26	27	28
29	30					

Novembre

Lundi 8	Mardi 9	Mercredi 10	Jeudi 11

2021

Vendredi 12	Samedi 13	Dimanche 14

To-Do-list :

☐ _______________
☐ _______________
☐ _______________
☐ _______________
☐ _______________
☐ _______________
☐ _______________
☐ _______________
☐ _______________
☐ _______________
☐ _______________

Notes :

____
____
____
____
____
____
____
____

Novembre

Lu	Ma	Me	Je	Ve	Sa	Di
1	2	3	4	5	6	7
8	9	10	11	12	13	14
15	16	17	18	19	20	21
22	23	24	25	26	27	28
29	30					

Novembre

Lundi 15	Mardi 16	Mercredi 17	Jeudi 18

2021

Vendredi 19	Samedi 20	Dimanche 21

To-Do-list :

- [ ] _____________
- [ ] _____________
- [ ] _____________
- [ ] _____________
- [ ] _____________
- [ ] _____________
- [ ] _____________
- [ ] _____________
- [ ] _____________
- [ ] _____________
- [ ] _____________
- [ ] _____________

Notes :

____

____

____

____

____

____

____

____

Novembre

Lu	Ma	Me	Je	Ve	Sa	Di
1	2	3	4	5	6	7
8	9	10	11	12	13	14
15	16	17	18	19	20	21
22	23	24	25	26	27	28
29	30					

Novembre

Lundi 22	Mardi 23	Mercredi 24	Jeudi 25

2021

Vendredi 26	Samedi 27	Dimanche 28

To-Do-list :

☐ ____________
☐ ____________
☐ ____________
☐ ____________
☐ ____________
☐ ____________
☐ ____________
☐ ____________
☐ ____________
☐ ____________
☐ ____________
☐ ____________

Notes :

____
____
____
____
____
____
____
____

Novembre

Lu	Ma	Me	Je	Ve	Sa	Di
1	2	3	4	5	6	7
8	9	10	11	12	13	14
15	16	17	18	19	20	21
22	23	24	25	26	27	28
29	30					

Novembre

Lundi 29	Mardi 30	Mercredi 1	Jeudi 2

2021

Vendredi 3	Samedi 4	Dimanche 5

To-Do-list :

◯ _______________
◯ _______________
◯ _______________
◯ _______________
◯ _______________
◯ _______________
◯ _______________
◯ _______________
◯ _______________
◯ _______________
◯ _______________
◯ _______________

Notes :

____
____
____
____
____
____
____

Novembre

Lu	Ma	Me	Je	Ve	Sa	Di
1	2	3	4	5	6	7
8	9	10	11	12	13	14
15	16	17	18	19	20	21
22	23	24	25	26	27	28
29	30					

Décembre 2021

Lu	Ma	Me	Je	Ve	Sa	Di
		1	2	3	4	5
6	7	8	9	10	11	12
13	14	15	16	17	18	19
20	21	22	23	24	25	26
27	28	29	30	31		

Notes :

Espace Notes

Décembre

Lundi 6	Mardi 7	Mercredi 8	Jeudi 9

2021

Vendredi 10	Samedi 11	Dimanche 12

To-Do-list :

☐ _______________
☐ _______________
☐ _______________
☐ _______________
☐ _______________
☐ _______________
☐ _______________
☐ _______________
☐ _______________
☐ _______________
☐ _______________

Notes :

____
____
____
____
____
____
____
____

Décembre

Lu	Ma	Me	Je	Ve	Sa	Di
		1	2	3	4	5
6	7	8	9	10	11	12
13	14	15	16	17	18	19
20	21	22	23	24	25	26
27	28	29	30	31		

Décembre

Lundi 13	Mardi 14	Mercredi 15	Jeudi 16

2021

Vendredi 17	Samedi 18	Dimanche 19

To-Do-list :

- ☐ _______________
- ☐ _______________
- ☐ _______________
- ☐ _______________
- ☐ _______________
- ☐ _______________
- ☐ _______________
- ☐ _______________
- ☐ _______________
- ☐ _______________
- ☐ _______________

Notes :

____
____
____
____
____
____
____
____

Décembre

Lu	Ma	Me	Je	Ve	Sa	Di
		1	2	3	4	5
6	7	8	9	10	11	12
13	14	15	16	17	18	19
20	21	22	23	24	25	26
27	28	29	30	31		

Décembre

Lundi 20	Mardi 21	Mercredi 22	Jeudi 23

2021

Vendredi 24	Samedi 25	Dimanche 26

To-Do-list :

☐ _______________
☐ _______________
☐ _______________
☐ _______________
☐ _______________
☐ _______________
☐ _______________
☐ _______________
☐ _______________
☐ _______________
☐ _______________
☐ _______________

Notes :

____
____
____
____
____
____
____
____

Décembre

Lu	Ma	Me	Je	Ve	Sa	Di
		1	2	3	4	5
6	7	8	9	10	11	12
13	14	15	16	17	18	19
20	21	22	23	24	25	26
27	28	29	30	31		

Décembre

Lundi 27	Mardi 28	Mercredi 29	Jeudi 30

2021

Vendredi 31	Samedi 1	Dimanche 2

To-Do-list :

☐ ___________________
☐ ___________________
☐ ___________________
☐ ___________________
☐ ___________________
☐ ___________________
☐ ___________________
☐ ___________________
☐ ___________________
☐ ___________________
☐ ___________________
☐ ___________________

Notes :

____
____
____
____
____
____
____
____

Décembre

Lu	Ma	Me	Je	Ve	Sa	Di
		1	2	3	4	5
6	7	8	9	10	11	12
13	14	15	16	17	18	19
20	21	22	23	24	25	26
27	28	29	30	31		

2022

Janvier

Lu	Ma	Me	Je	Ve	Sa	Di
					1	2
3	4	5	6	7	8	9
10	11	12	13	14	15	16
17	18	19	20	21	22	23
24	25	26	27	28	29	30
31						

Février

Lu	Ma	Me	Je	Ve	Sa	Di
	1	2	3	4	5	6
7	8	9	10	11	12	13
14	15	16	17	18	19	20
21	22	23	24	25	26	27
28						

Mars

Lu	Ma	Me	Je	Ve	Sa	Di
	1	2	3	4	5	6
7	8	9	10	11	12	13
14	15	16	17	18	19	20
21	22	23	24	25	26	27
28	29	30	31			

Avril

Lu	Ma	Me	Je	Ve	Sa	Di
				1	2	3
4	5	6	7	8	9	10
11	12	13	14	15	16	17
18	19	20	21	22	23	24
25	26	27	28	29	30	

Mai

Lu	Ma	Me	Je	Ve	Sa	Di
						1
2	3	4	5	6	7	8
9	10	11	12	13	14	15
16	17	18	19	20	21	22
23	24	25	26	27	28	29
30	31					

Juin

Lu	Ma	Me	Je	Ve	Sa	Di
		1	2	3	4	5
6	7	8	9	10	11	12
13	14	15	16	17	18	19
20	21	22	23	24	25	26
27	28	29	30			

Juillet

Lu	Ma	Me	Je	Ve	Sa	Di
				1	2	3
4	5	6	7	8	9	10
11	12	13	14	15	16	17
18	19	20	21	22	23	24
25	26	27	28	29	30	31

Août

Lu	Ma	Me	Je	Ve	Sa	Di
1	2	3	4	5	6	7
8	9	10	11	12	13	14
15	16	17	18	19	20	21
22	23	24	25	26	27	28
29	30	31				

Septembre

Lu	Ma	Me	Je	Ve	Sa	Di
			1	2	3	4
5	6	7	8	9	10	11
12	13	14	15	16	17	18
19	20	21	22	23	24	25
26	27	28	29	30		

Octobre

Lu	Ma	Me	Je	Ve	Sa	Di
					1	2
3	4	5	6	7	8	9
10	11	12	13	14	15	16
17	18	19	20	21	22	23
24	25	26	27	28	29	30
31						

Novembre

Lu	Ma	Me	Je	Ve	Sa	Di
	1	2	3	4	5	6
7	8	9	10	11	12	13
14	15	16	17	18	19	20
21	22	23	24	25	26	27
28	29	30				

Décembre

Lu	Ma	Me	Je	Ve	Sa	Di
			1	2	3	4
5	6	7	8	9	10	11
12	13	14	15	16	17	18
19	20	21	22	23	24	25
26	27	28	29	30	31	

Janvier 2022

Lu	Ma	Me	Je	Ve	Sa	Di
					1	2
3	4	5	6	7	8	9
10	11	12	13	14	15	16
17	18	19	20	21	22	23
24	25	26	27	28	29	30
31		Notes :				

Janvier

Lundi 3	Mardi 4	Mercredi 5	Jeudi 6

2022

Vendredi 7	Samedi 8	Dimanche 9

To-Do-list :

- ☐ _______________
- ☐ _______________
- ☐ _______________
- ☐ _______________
- ☐ _______________
- ☐ _______________
- ☐ _______________
- ☐ _______________
- ☐ _______________
- ☐ _______________
- ☐ _______________
- ☐ _______________

Notes :

____
____
____
____
____
____
____
____

Janvier

Lu	Ma	Me	Je	Ve	Sa	Di
					1	2
3	4	5	6	7	8	9
10	11	12	13	14	15	16
17	18	19	20	21	22	23
24	25	26	27	28	29	30
31						

Janvier

Lundi 10	Mardi 11	Mercredi 12	Jeudi 13

2022

Vendredi 14	Samedi 15	Dimanche 16

Notes :

____
____
____
____
____
____
____
____

Janvier

Lu	Ma	Me	Je	Ve	Sa	Di
					1	2
3	4	5	6	7	8	9
10	11	12	13	14	15	16
17	18	19	20	21	22	23
24	25	26	27	28	29	30
31						

Janvier

Lundi 17	Mardi 18	Mercredi 19	Jeudi 20

2022

Vendredi 21	Samedi 22	Dimanche 23

To-Do-list :

☐ ___________________

☐ ___________________

☐ ___________________

☐ ___________________

☐ ___________________

☐ ___________________

☐ ___________________

☐ ___________________

☐ ___________________

☐ ___________________

☐ ___________________

☐ ___________________

Notes :

____

____

____

____

____

____

____

____

Janvier

Lu	Ma	Me	Je	Ve	Sa	Di
					1	2
3	4	5	6	7	8	9
10	11	12	13	14	15	16
17	18	19	20	21	22	23
24	25	26	27	28	29	30
31						

Janvier

Lundi 24	Mardi 25	Mercredi 26	Jeudi 27

2022

Vendredi 28	Samedi 29	Dimanche 30

To-Do-list :

- ☐ _______________
- ☐ _______________
- ☐ _______________
- ☐ _______________
- ☐ _______________
- ☐ _______________
- ☐ _______________
- ☐ _______________
- ☐ _______________
- ☐ _______________
- ☐ _______________
- ☐ _______________

Notes :

____

____

____

____

____

____

____

Janvier

Lu	Ma	Me	Je	Ve	Sa	Di
					1	2
3	4	5	6	7	8	9
10	11	12	13	14	15	16
17	18	19	20	21	22	23
24	25	26	27	28	29	30
31						

Février 2022

Lu	Ma	Me	Je	Ve	Sa	Di
	1	2	3	4	5	6
7	8	9	10	11	12	13
14	15	16	17	18	19	20
21	22	23	24	25	26	27
28						

Notes :

Espace Notes

Janvier

Lundi 31	Mardi 1	Mercredi 2	Jeudi 3

2022

Vendredi 4	Samedi 5	Dimanche 6

To-Do-list :

- ☐ _______________
- ☐ _______________
- ☐ _______________
- ☐ _______________
- ☐ _______________
- ☐ _______________
- ☐ _______________
- ☐ _______________
- ☐ _______________
- ☐ _______________
- ☐ _______________
- ☐ _______________

Notes :

____
____
____
____
____
____
____
____
____

Janvier

Lu	Ma	Me	Je	Ve	Sa	Di
					1	2
3	4	5	6	7	8	9
10	11	12	13	14	15	16
17	18	19	20	21	22	23
24	25	26	27	28	29	30
31						

Février

Lundi 7	Mardi 8	Mercredi 9	Jeudi 10

2022

Vendredi 11	Samedi 12	Dimanche 13

To-Do-list :

☐ _______________
☐ _______________
☐ _______________
☐ _______________
☐ _______________
☐ _______________
☐ _______________
☐ _______________
☐ _______________
☐ _______________
☐ _______________
☐ _______________

Notes :

____
____
____
____
____
____
____
____

Février

Lu	Ma	Me	Je	Ve	Sa	Di
	1	2	3	4	5	6
7	8	9	10	11	12	13
14	15	16	17	18	19	20
21	22	23	24	25	26	27
28						

Février

Lundi 14	Mardi 15	Mercredi 16	Jeudi 17

2022

Vendredi 18	Samedi 19	Dimanche 20

To-Do-list :

- ☐ ________________
- ☐ ________________
- ☐ ________________
- ☐ ________________
- ☐ ________________
- ☐ ________________
- ☐ ________________
- ☐ ________________
- ☐ ________________
- ☐ ________________
- ☐ ________________
- ☐ ________________

Notes :

____
____
____
____
____
____
____
____

Février

Lu	Ma	Me	Je	Ve	Sa	Di
	1	2	3	4	5	6
7	8	9	10	11	12	13
14	15	16	17	18	19	20
21	22	23	24	25	26	27
28						

Février

Lundi 21	Mardi 22	Mercredi 23	Jeudi 24

2022

Vendredi 25	Samedi 26	Dimanche 27

To-Do-list :

- ☐ _______________
- ☐ _______________
- ☐ _______________
- ☐ _______________
- ☐ _______________
- ☐ _______________
- ☐ _______________
- ☐ _______________
- ☐ _______________
- ☐ _______________
- ☐ _______________

Notes :

____

____

____

____

____

____

____

____

Février

Lu	Ma	Me	Je	Ve	Sa	Di
	1	2	3	4	5	6
7	8	9	10	11	12	13
14	15	16	17	18	19	20
21	22	23	24	25	26	27
28						

Mars 2022

Lu	Ma	Me	Je	Ve	Sa	Di
	1	2	3	4	5	6
7	8	9	10	11	12	13
14	15	16	17	18	19	20
21	22	23	24	25	26	27
28	29	30	31			

Notes :

Espace Notes

Février

Lundi 28	Mardi 1	Mercredi 2	Jeudi 3

2022

Vendredi 4	Samedi 5	Dimanche 6

To-Do-list :

- ☐ ___________
- ☐ ___________
- ☐ ___________
- ☐ ___________
- ☐ ___________
- ☐ ___________
- ☐ ___________
- ☐ ___________
- ☐ ___________
- ☐ ___________
- ☐ ___________

Notes :

____
____
____
____
____
____
____
____

Février

Lu	Ma	Me	Je	Ve	Sa	Di
	1	2	3	4	5	6
7	8	9	10	11	12	13
14	15	16	17	18	19	20
21	22	23	24	25	26	27
28						

Mars

Lundi 7	Mardi 8	Mercredi 9	Jeudi 10

2022

Vendredi 11	Samedi 12	Dimanche 13

To-Do-list :

- ☐ __________________
- ☐ __________________
- ☐ __________________
- ☐ __________________
- ☐ __________________
- ☐ __________________
- ☐ __________________
- ☐ __________________
- ☐ __________________
- ☐ __________________
- ☐ __________________

Notes :

____
____
____
____
____
____
____
____

Mars

Lu	Ma	Me	Je	Ve	Sa	Di
	1	2	3	4	5	6
7	8	9	10	11	12	13
14	15	16	17	18	19	20
21	22	23	24	25	26	27
28	29	30	31			

Mars

Lundi 14	Mardi 15	Mercredi 16	Jeudi 17

2022

Vendredi 18	Samedi 19	Dimanche 20

To-Do-list :

☐ _____________
☐ _____________
☐ _____________
☐ _____________
☐ _____________
☐ _____________
☐ _____________
☐ _____________
☐ _____________
☐ _____________
☐ _____________
☐ _____________

Notes :

____
____
____
____
____
____
____

Mars

Lu	Ma	Me	Je	Ve	Sa	Di
	1	2	3	4	5	6
7	8	9	10	11	12	13
14	15	16	17	18	19	20
21	22	23	24	25	26	27
28	29	30	31			

Mars

Lundi 21	Mardi 22	Mercredi 23	Jeudi 24

2022

Vendredi 25	Samedi 26	Dimanche 27

To-Do-list :

☐ ___________________
☐ ___________________
☐ ___________________
☐ ___________________
☐ ___________________
☐ ___________________
☐ ___________________
☐ ___________________
☐ ___________________
☐ ___________________
☐ ___________________

Notes :

____
____
____
____
____
____
____
____

Mars

Lu	Ma	Me	Je	Ve	Sa	Di
	1	2	3	4	5	6
7	8	9	10	11	12	13
14	15	16	17	18	19	20
21	22	23	24	25	26	27
28	29	30	31			

Mars

Lundi 28	Mardi 29	Mercredi 30	Jeudi 31

2022

Vendredi 1	Samedi 2	Dimanche 3

To-Do-list :

☐ ___________________
☐ ___________________
☐ ___________________
☐ ___________________
☐ ___________________
☐ ___________________
☐ ___________________
☐ ___________________
☐ ___________________
☐ ___________________
☐ ___________________

Notes :

____
____
____
____
____
____
____
____

Avril

Lu	Ma	Me	Je	Ve	Sa	Di
				1	2	3
4	5	6	7	8	9	10
11	12	13	14	15	16	17
18	19	20	21	22	23	24
25	26	27	28	29	30	

Avril 2022

Lu	Ma	Me	Je	Ve	Sa	Di
				1	2	3
4	5	6	7	8	9	10
11	12	13	14	15	16	17
18	19	20	21	22	23	24
25	26	27	28	29	30	

Notes :

Espace Notes

Avril

Lundi 4	Mardi 5	Mercredi 6	Jeudi 7

2022

Vendredi 8	Samedi 9	Dimanche 10

To-Do-list :

☐ _______________
☐ _______________
☐ _______________
☐ _______________
☐ _______________
☐ _______________
☐ _______________
☐ _______________
☐ _______________
☐ _______________
☐ _______________

Notes :

____
____
____
____
____
____
____
____

Avril

Lu	Ma	Me	Je	Ve	Sa	Di
				1	2	3
4	5	6	7	8	9	10
11	12	13	14	15	16	17
18	19	20	21	22	23	24
25	26	27	28	29	30	

Avril

Lundi 11	Mardi 12	Mercredi 13	Jeudi 14

2022

Vendredi 15	Samedi 16	Dimanche 17

To-Do-list :

- ☐ _______________
- ☐ _______________
- ☐ _______________
- ☐ _______________
- ☐ _______________
- ☐ _______________
- ☐ _______________
- ☐ _______________
- ☐ _______________
- ☐ _______________
- ☐ _______________

Notes :

____
____
____
____
____
____
____
____

Avril

Lu	Ma	Me	Je	Ve	Sa	Di
				1	2	3
4	5	6	7	8	9	10
11	12	13	14	15	16	17
18	19	20	21	22	23	24
25	26	27	28	29	30	

Avril

Lundi 18	Mardi 19	Mercredi 20	Jeudi 21

2022

Vendredi 22	Samedi 23	Dimanche 24

To-Do-list :

☐ _______________
☐ _______________
☐ _______________
☐ _______________
☐ _______________
☐ _______________
☐ _______________
☐ _______________
☐ _______________
☐ _______________
☐ _______________
☐ _______________

Notes :

____
____
____
____
____
____
____

Avril

Lu	Ma	Me	Je	Ve	Sa	Di
				1	2	3
4	5	6	7	8	9	10
11	12	13	14	15	16	17
18	19	20	21	22	23	24
25	26	27	28	29	30	

Avril

Lundi 25	Mardi 26	Mercredi 27	Jeudi 28

2022

Vendredi 29	Samedi 30	Dimanche 1

To-Do-list :

◯ _______________
◯ _______________
◯ _______________
◯ _______________
◯ _______________
◯ _______________
◯ _______________
◯ _______________
◯ _______________
◯ _______________
◯ _______________
◯ _______________

Notes :

____
____
____
____
____
____
____
____

Avril

Lu	Ma	Me	Je	Ve	Sa	Di
				1	2	3
4	5	6	7	8	9	10
11	12	13	14	15	16	17
18	19	20	21	22	23	24
25	26	27	28	29	30	

Mai 2022

Lu	Ma	Me	Je	Ve	Sa	Di
						1
2	3	4	5	6	7	8
9	10	11	12	13	14	15
16	17	18	19	20	21	22
23	24	25	26	27	28	29
30	31	Notes :				

Espace Notes

Mai

Lundi 2	Mardi 3	Mercredi 4	Jeudi 5

2022

Vendredi 6	Samedi 7	Dimanche 8

To-Do-list :

☐ _________________
☐ _________________
☐ _________________
☐ _________________
☐ _________________
☐ _________________
☐ _________________
☐ _________________
☐ _________________
☐ _________________
☐ _________________
☐ _________________

Notes :

____
____
____
____
____
____
____
____

Mai

Lu	Ma	Me	Je	Ve	Sa	Di
						1
2	3	4	5	6	7	8
9	10	11	12	13	14	15
16	17	18	19	20	21	22
23	24	25	26	27	28	29
30	31					

Mai

Lundi 9	Mardi 10	Mercredi 11	Jeudi 12

2022

Vendredi 13	Samedi 14	Dimanche 15

To-Do-list :

- ☐ _______________
- ☐ _______________
- ☐ _______________
- ☐ _______________
- ☐ _______________
- ☐ _______________
- ☐ _______________
- ☐ _______________
- ☐ _______________
- ☐ _______________
- ☐ _______________

Notes :

____

____

____

____

____

____

____

____

Mai

Lu	Ma	Me	Je	Ve	Sa	Di
						1
2	3	4	5	6	7	8
9	10	11	12	13	14	15
16	17	18	19	20	21	22
23	24	25	26	27	28	29
30	31					

Mai

Lundi 16	Mardi 17	Mercredi 18	Jeudi 19

2022

Vendredi 20	Samedi 21	Dimanche 22

To-Do-list :

☐ _______________
☐ _______________
☐ _______________
☐ _______________
☐ _______________
☐ _______________
☐ _______________
☐ _______________
☐ _______________
☐ _______________
☐ _______________
☐ _______________

Notes :

____
____
____
____
____
____
____
____

Mai

Lu	Ma	Me	Je	Ve	Sa	Di
						1
2	3	4	5	6	7	8
9	10	11	12	13	14	15
16	17	18	19	20	21	22
23	24	25	26	27	28	29
30	31					

Mai

Lundi 23	Mardi 24	Mercredi 25	Jeudi 26

2022

Vendredi 27	Samedi 28	Dimanche 29

To-Do-list :

- ___________
- ___________
- ___________
- ___________
- ___________
- ___________
- ___________
- ___________
- ___________
- ___________
- ___________
- ___________

Notes :

____

____

____

____

____

____

____

Mai

Lu	Ma	Me	Je	Ve	Sa	Di
						1
2	3	4	5	6	7	8
9	10	11	12	13	14	15
16	17	18	19	20	21	22
23	24	25	26	27	28	29
30	31					

Juin 2022

Lu	Ma	Me	Je	Ve	Sa	Di
		1	2	3	4	5
6	7	8	9	10	11	12
13	14	15	16	17	18	19
20	21	22	23	24	25	26
27	28	29	30			

Notes :

Espace Notes

Mai

Lundi 30	Mardi 31	Mercredi 1	Jeudi 2

2022

Vendredi 3	Samedi 4	Dimanche 5

To-Do-list :

☐ _______________
☐ _______________
☐ _______________
☐ _______________
☐ _______________
☐ _______________
☐ _______________
☐ _______________
☐ _______________
☐ _______________
☐ _______________

Notes :

____
____
____
____
____
____
____
____

Mai

Lu	Ma	Me	Je	Ve	Sa	Di
						1
2	3	4	5	6	7	8
9	10	11	12	13	14	15
16	17	18	19	20	21	22
23	24	25	26	27	28	29
30	31					

Juin

Lundi 6	Mardi 7	Mercredi 8	Jeudi 9

2022

Vendredi 10	Samedi 11	Dimanche 12

To-Do-list :

☐ _______________
☐ _______________
☐ _______________
☐ _______________
☐ _______________
☐ _______________
☐ _______________
☐ _______________
☐ _______________
☐ _______________
☐ _______________
☐ _______________

Notes :

____
____
____
____
____
____
____

Juin

Lu	Ma	Me	Je	Ve	Sa	Di
		1	2	3	4	5
6	7	8	9	10	11	12
13	14	15	16	17	18	19
20	21	22	23	24	25	26
27	28	29	30			

Juin

Lundi 13	Mardi 14	Mercredi 15	Jeudi 16

2022

Vendredi 17	Samedi 18	Dimanche 19

To-Do-list :

- ☐ ___________
- ☐ ___________
- ☐ ___________
- ☐ ___________
- ☐ ___________
- ☐ ___________
- ☐ ___________
- ☐ ___________
- ☐ ___________
- ☐ ___________
- ☐ ___________
- ☐ ___________

Notes :

____

____

____

____

____

____

____

____

Juin

Lu	Ma	Me	Je	Ve	Sa	Di
		1	2	3	4	5
6	7	8	9	10	11	12
13	14	15	16	17	18	19
20	21	22	23	24	25	26
27	28	29	30			

Juin

Lundi 20	Mardi 21	Mercredi 22	Jeudi 23

2022

Vendredi 24	Samedi 25	Dimanche 26

To-Do-list :

- ☐ _______________
- ☐ _______________
- ☐ _______________
- ☐ _______________
- ☐ _______________
- ☐ _______________
- ☐ _______________
- ☐ _______________
- ☐ _______________
- ☐ _______________
- ☐ _______________

Notes :

____
____
____
____
____
____
____
____

Juin

Lu	Ma	Me	Je	Ve	Sa	Di
		1	2	3	4	5
6	7	8	9	10	11	12
13	14	15	16	17	18	19
20	21	22	23	24	25	26
27	28	29	30			

Juin

Lundi 27	Mardi 28	Mercredi 29	Jeudi 30

2022

Vendredi 1	Samedi 2	Dimanche 3

To-Do-list :

- ☐ ___________
- ☐ ___________
- ☐ ___________
- ☐ ___________
- ☐ ___________
- ☐ ___________
- ☐ ___________
- ☐ ___________
- ☐ ___________
- ☐ ___________
- ☐ ___________
- ☐ ___________

Notes :

____
____
____
____
____
____
____
____

Juin

Lu	Ma	Me	Je	Ve	Sa	Di
		1	2	3	4	5
6	7	8	9	10	11	12
13	14	15	16	17	18	19
20	21	22	23	24	25	26
27	28	29	30			

Juillet 2022

Lu	Ma	Me	Je	Ve	Sa	Di
				1	2	3
4	5	6	7	8	9	10
11	12	13	14	15	16	17
18	19	20	21	22	23	24
25	26	27	28	29	30	31

Notes :

Espace Notes

Juillet

Lundi 4	Mardi 5	Mercredi 6	Jeudi 7

2022

Vendredi 8	Samedi 9	Dimanche 10

To-Do-list :

☐ ___________________

☐ ___________________

☐ ___________________

☐ ___________________

☐ ___________________

☐ ___________________

☐ ___________________

☐ ___________________

☐ ___________________

☐ ___________________

☐ ___________________

Notes :

____

____

____

____

____

____

____

____

Juillet

Lu	Ma	Me	Je	Ve	Sa	Di
				1	2	3
4	5	6	7	8	9	10
11	12	13	14	15	16	17
18	19	20	21	22	23	24
25	26	27	28	29	30	31

Juillet

Lundi 11	Mardi 12	Mercredi 13	Jeudi 14

2022

Vendredi 15	Samedi 16	Dimanche 17

To-Do-list :

☐ ___________
☐ ___________
☐ ___________
☐ ___________
☐ ___________
☐ ___________
☐ ___________
☐ ___________
☐ ___________
☐ ___________
☐ ___________
☐ ___________

Notes :

____
____
____
____
____
____
____

Juillet

Lu	Ma	Me	Je	Ve	Sa	Di
				1	2	3
4	5	6	7	8	9	10
11	12	13	14	15	16	17
18	19	20	21	22	23	24
25	26	27	28	29	30	31

Juillet

Lundi 18	Mardi 19	Mercredi 20	Jeudi 21

2022

Vendredi 22	Samedi 23	Dimanche 24

To-Do-list :

- ☐ _______________
- ☐ _______________
- ☐ _______________
- ☐ _______________
- ☐ _______________
- ☐ _______________
- ☐ _______________
- ☐ _______________
- ☐ _______________
- ☐ _______________
- ☐ _______________
- ☐ _______________

Notes :

____
____
____
____
____
____
____
____

Juillet

Lu	Ma	Me	Je	Ve	Sa	Di
				1	2	3
4	5	6	7	8	9	10
11	12	13	14	15	16	17
18	19	20	21	22	23	24
25	26	27	28	29	30	31

Juillet

Lundi 25	Mardi 26	Mercredi 27	Jeudi 28

2022

Vendredi 29	Samedi 30	Dimanche 31

To-Do-list :

- ◯ ___________
- ◯ ___________
- ◯ ___________
- ◯ ___________
- ◯ ___________
- ◯ ___________
- ◯ ___________
- ◯ ___________
- ◯ ___________
- ◯ ___________
- ◯ ___________
- ◯ ___________

Notes :

____

____

____

____

____

____

____

____

____

Juillet

Lu	Ma	Me	Je	Ve	Sa	Di
					1	2	3
4	5	6	7	8	9	10
11	12	13	14	15	16	17
18	19	20	21	22	23	24
25	26	27	28	29	30	31

Espace Notes

Espace Notes

Espace Notes

Espace Notes